Where Shall I Paint?

मी कुठे रंगवू?

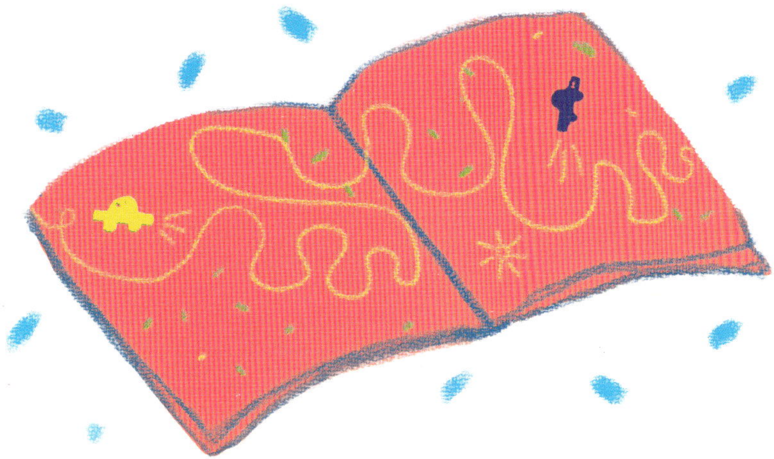

STORY **Nandini Nayar** PICTURES **Anupama Iyer**

कथा **नंदिनी नायर** चित्रे **अनुपमा अय्यर**

TRANSLATION **Suvarna Shridhar** अनुवाद **सुवर्णा श्रीधर**

Where Shall I Paint? / Mee Kuthe Rangavoo? (English-Marathi)

ISBN 978-93-5046-887-6

First published in India, 2017

Originally in English

Published by
Tulika Publishers, 24/1 Ganapathy Colony Third Street, Teynampet, Chennai 600 018, India
email tulikabooks@vsnl.com *website* www.tulikabooks.com

Printed and bound by
Shree Balaji Printers Pvt. Ltd, 82/2A Kamaraj Salai, Virugambakkam, Chennai 600 092, India

Pranav loved to draw and paint.

प्रणवला चित्रं काढायला आणि रंगवायला खूप आवडायचं.

He filled pages and pages of his
book with drawings.

तो आपल्या वहीची पानेच्या पाने
चित्रांनी भरून टाकायचा.

He drew flowers, cars and mountains.

तो फुलांची, मोटारगाड्यांची आणि डोंगरांची चित्रं काढायचा.

Then he coloured them red, blue, green and yellow.

मग तो, ती लाल, निळी, हिरवी आणि पिवळी रंगवायचा.

But now Pranav's book was full.

Where else could he paint?

पण प्रणवची वही आता भरून गेली होती.

तो आणखी कुठं बरं रंगवू शकेल?

On the wall?

Amma would not like that.

भिंतीवर?

अम्माला ते नाही आवडणार.

On the floor?

It would rub off.

जमिनीवर?

ते पुसलं जाईल.

On the ceiling?

It was too high.

छतावर?

फारच उंच होतं ते.

Then Pranav had an idea.

"Amma," he said, "I want to paint on you!"

मग प्रणवला सुचली एक कल्पना.

“अम्मा,” तो म्हणाला, “मला तुझ्यावर चित्रं रंगवायची आहेत!”

"On me?" Amma asked. "What will you paint on me?"

“माझ्यावर?” अम्मानं विचारलं, “माझ्यावर तू काय बरं रंगवणार आहेस?”

"A green butterfly on your cheek . . .

“तुझ्या गालावर एक हिरवं फुलपाखरू . . .

. . . and blue rivers on your arms," Pranav said.

. . . आणि तुझ्या हातांवर निळ्या नद्या," प्रणव म्हणाला.

Then Pranav painted many yellow moons on Amma's forehead — some big, some small.

मग प्रणवनं अम्माच्या कपाळावर रंगविले खूप सारे पिवळे चंद्र – काही मोठे, काही लहान.

On Amma's ears he painted white stars . . .

अम्माच्या कानावर त्यानं रंगविले पांढरे शुभ्र तारे . . .

. . . and a bright pink flower on Amma's nose.

. . . आणि अम्माच्या नाकावर एक उठावदार गुलाबी फूल.

Pranav used the brightest red paint for the last picture.

He painted two big suns on Amma's palms.

प्रणवनं सर्वात जास्त झळकणारा लाल रंग, शेवटचं चित्र रंगवायला वापरला.

त्यानं अम्माच्या तळहातांवर दोन मोठे सूर्य रंगविले.

Amma looked in the mirror.

"So pretty," she laughed.
"Now where will you paint?"

अम्मानं आरशात पाहिलं.

“किती सुंदर,” ती हसली.
“आता तू कुठं रंगवशील?”